škola - ilé-ìwé	2
putovanje - ìrìn àjò	5
transport - ọkọ̀	8
grad - ìlú	10
krajolik - ẹlẹ́bùú	14
restoran - ilé oúnjẹ	17
supermarket - ibi ìtajà	20
napitci - ohun mímu	22
jelo - oúnjẹ	23
seosko gazdinstvo - oko	27
kuća - ilé	31
dnevna soba - yàrá ìgbé	33
kuhinja - ilé ìdáná	35
kupaonica - ilé ìwẹ̀	38
dječija soba - yàrá ọmọdé	42
odjeća - aṣọ	44
ured - ọfisi	49
gospodarstvo - ọrọ̀ ajé	51
zanimanja - àwọn iṣẹ́ ààyò	53
alati - àwọn irinṣẹ́	56
glazbeni instrument - àwọn irinṣẹ́ orin	57
zoološki vrt - ibi ẹranko	59
šport - àwọn eré ìdárayá	62
aktivnosti - àwọn iṣẹ́	63
obitelj - ẹbí	67
tijelo - ara	68
bolnica - ilé ìwòsàn	72
hitni slučaj - pàjáwìrì	76
zemlja - Ayé	77
sat - aago	79
tjedan - ọ̀sẹ̀	80
godina - ọdún	81
oblici - àwọn ìrísí	83
boje - àwọn àwọ̀	84
suprotnosti - òdì	85
brojevi - nọ́mbà	88
jezici - àwọn èdè	90
tko / što / kako - tani / kínni / báwo	91
gdje - níbo	92

Impressum
Verlag: BABADADA GmbH, Nedderfeld 112 , 22529 Hamburg
Geschäftsführer / Verlagsleitung: Harald Hof
Druck: Books on Demand GmbH, In de Tarpen 42, 22848 Norderstedt

Imprint
Publisher: BABADADA GmbH, Nedderfeld 112 , 22529 Hamburg, Germany
Managing Director / Publishing direction: Harald Hof
Print: Books on Demand GmbH, In de Tarpen 42, 22848 Norderstedt

škola
ilé-ìwé

- učionica / yàrá ìkàwé
- dijeliti / pínpín
- ploča / pẹpẹ
- školsko dvorište / yáàdì ilé-ìwé
- učitelj / olùkọ́
- papir / pépà
- pisati / kọ̀wé
- kemijska olovka / kálàmù
- pisaći stol / dẹsiki
- ravnalo / rúlà
- knjiga / ìwé
- učenik / akẹ́kọ̀ọ́

torba
ọ́rá

pernica
àpò pẹnsuru

grafitna olovka
pẹnsuru

šiljilo za olovke
olùgbẹ́ pẹnsuru

gumica za brisanje
rọ́bà

blok za crtanje
bọ̀tìnnì yíyàwòrán

crtež

yíyàròwán

kist

burọ̣si ọdà

kutija s bojama

àpótí ọdà

makaze

sisọsi

ljepilo

gúlù

bilježnica

ìwé iṣẹ́

domaći zadatak

iṣẹ́ àmúrelé

broj

nọ́mbà

sabirati

àfikún

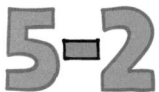

oduzimati

àyọkúrò

množiti

ìsọdipúpọ̀

računati

ṣírò

slovo

lẹ́tà

abeceda

alábídí

riječ

ọ̀rọ̀ síso

škola - ilé-ìwé

tekst
ọ̀rọ̀ kíkọ

čitati
kàwé

kreda
ṣọ́ọ̀ki

sat
ìkẹ́kọ́ọ́

dnevnik
forúkọsílẹ̀

ispit
ìdánwo

svjedodžba
ìwé-ẹrí

školska uniforma
aṣọ ilé-ìwé

obrazovanje
ẹ̀kọ́

leksikon
ìwé ìmọ̀

sveučilište
yunifasiti

mikroskop
ẹ̀rọ gbohùngbohùn

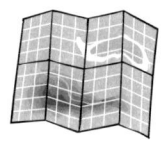

karta
àwòrán àgbáyé

košara za papir
agbọ̀n idalẹ̀nù

4 škola - ilé-ìwé

putovanje
ìrìn àjò

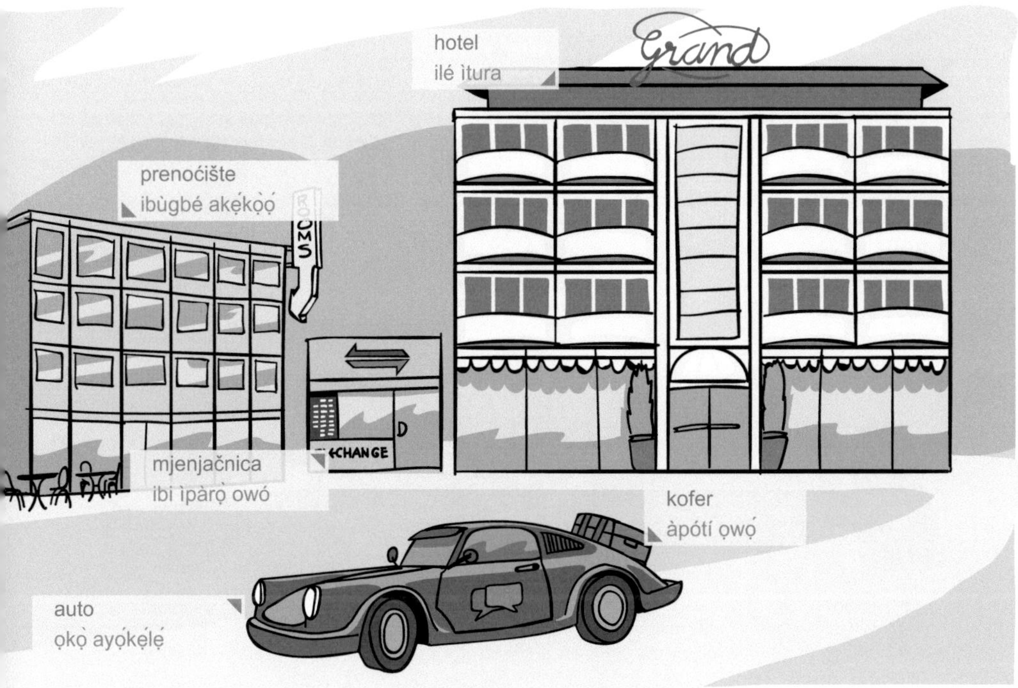

hotel
ilé ìtura
Grand
prenoćište
ibùgbé akẹ́kọ̀ọ́
ROOMS
mjenjačnica
ibi ìpàrọ̀ owó
kofer
àpótí ọwọ́
auto
ọkọ̀ ayọ́kẹ́lẹ́

jezik

èdè

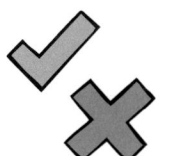

da / ne

bẹ́ẹ̀ni / bẹ́ẹ̀kọ́

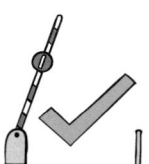

okay

Ó dára

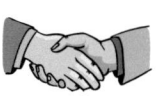

zdravo

ẹpẹ̀lẹ́

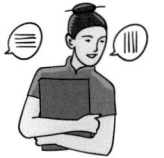

prevoditelj

olùtúmọ̀ èdè

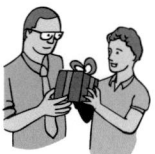

hvala

O ṣeun

Koliko košta...?
èló ni... ?

ne razumijem
Kò yé mi

problem
ìṣòro

dobro veče!
Ẹ káalẹ́!

Dobro jutro!
Ẹ kaarọ!

Laku noć!
Ẹ káalẹ́!

doviđenja
ódìgbà

smjer
ìtọ́ni

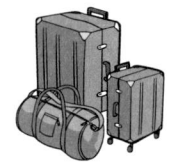

prtljaga
ẹrù-ẹni

torba
báàgì

ruksak
àpò ẹ̀yìn

gost
àlejò

soba
yàrá

vreća za spavanje
báàgì ibùsùn

šator
àgọ́

putovanje - ìrìn àjò

turističke informacije àlàyé arìnrìn àjò	plaža òkun	kreditna kartica káàdì arópò owó

doručak oúnję ààrọ̀	ručak oúnję ọ̀sán	večera oúnję alẹ́
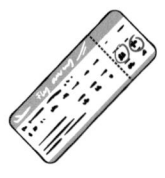		
karta za vožnju tikẹti	dizalo ìgbésókè	poštanska markica èdìdí

granica àlà	carina àwọn àṣà	ambasada ibi iwé ìrìnà

viza fisa	putovnica ìwé ìrìnà	

putovanje - ìrìn àjò

transport

ọkọ̀

zrakoplov
ọkọ̀ òfurufú
brod
ọkọ̀ ojú omi
vatrogasno vozilo
ẹ̀rọ iná
autobus
ọkọ̀ èrò
teretno vozilo
tanlẹsẹ
motorni čamac
ọkọ̀ omi
biciklo
kẹ̀kẹ́
auto
ọkọ̀ ayọ́kẹ́lẹ́

trajekt

ọpán

čamac

ọpọ́n ojú omi

motocikl

atapùpù

policijski auto

ọkọ̀ ọlọ́pàá

trkaći auto

ọkọ̀ ìsáré

iznajmljeno auto

ọkọ̀ yíyá

dijeljenje automobila
àpínlò ọkọ̀

vučno vozilo
ìgbọ́kọ̀

vozilo za odvoz smeća
ọkọ̀ dída ilẹ̀ nù

motor
manto

benzin
epo

benzinska postaja
ilé epo

prometni znak
àmì ìwakọ̀

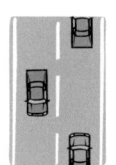

promet
ìwakọ̀

zastoj
súnkẹrẹ

parkiralište
ibi ìgbọ́kọ̀sí

kolodvor
ibùdókọ̀ ojú irin

šine
àwọn òpópó

vlak
ọkọ̀ ojú irin

tramvaj
ọkọ̀ ori ilẹ̀

vagon
ẹrù

transport - ọkọ̀

helikopter	zrakoplovna luka	toranj
ẹlikọputa	ibùdókọ̀ òfurufú	ọ̀pọ́

putnik	kontejner	karton
èrò	ibi ìpamọ́	katun

kolica	košara	uzletjeti / sletjeti
apẹ̀rẹ̀	agbọ̀n	gbéra / balẹ̀

grad
ìlú

selo	centar grada	kuća
abúlé	àárín ìlú	ilé

grad - ìlú

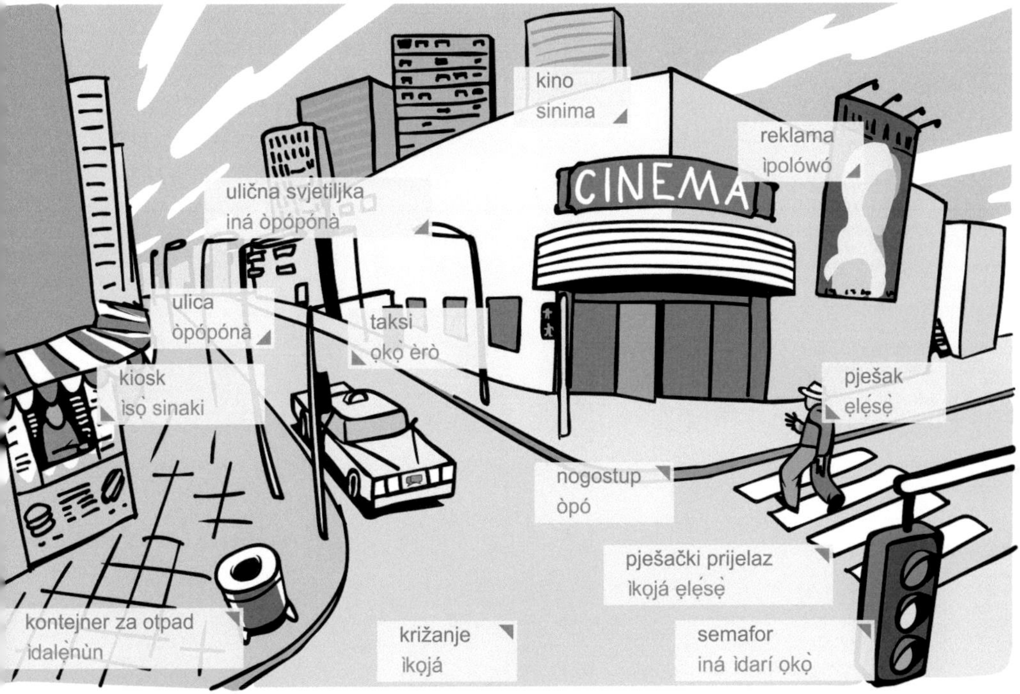

kino
sinima

reklama
ìpolówó

ulična svjetiljka
iná òpópónà

ulica
òpópónà

taksi
ọkọ̀ èrò

pješak
ẹlẹ́sẹ̀

kiosk
isọ́ sinakí

nogostup
òpó

pješački prijelaz
ìkọjá ẹlẹ́sẹ̀

kontejner za otpad
ìdalẹ̀nùn

križanje
ìkọjá

semafor
iná ìdarí ọkọ̀

koliba

abà

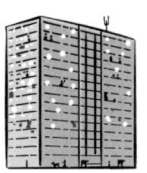

stan

filati

kolodvor

ibùdókọ̀ ojú irin

vijećnica

ojúde

muzej

musiọmu

škola

ilé-ìwé

grad - ìlú

sveučilište

yunifasiti

banka

ilé ifowópamọ́

bolnica

ilé ìwòsàn

hotel

ilé ìtura

ljekarna

olùta òògùn

ured

ọ́fisi

knjižara

ìsọ̀ ìwé

prodavaonica

ìsọ̀

cvjećara

òdòdó

supermarket

ibi ìtajà

trg

ọjà

robna kuća

ibi ẹ̀ka ìṣẹ́

ribarnica

ibi ẹja

trgovački centar

ibi ìrajà

luka

bèbè omi

grad - ìlú

park
ibi ìgbafẹ́

klupa
àga

most
afárá

stepenice
àgàsọ

podzemna željeznica
abẹ́ ilẹ̀

tunel
ihò ilẹ̀

autobusna stanica
ibùdókọ̀

bar
ilé ọtí

restoran
ilé oúnjẹ

poštansko sanduče
àpótí ifìwéránṣẹ́

ulični znak
àmì òpópónà

parkirni sat
mita ìgbọ́kọ̀sí

zoološki vrt
ibi ẹranko

bazen
ibi ìwẹ̀

džamija
mọ́ṣáláṣí

grad - ìlú

 seosko gazdinstvo
oko

 zagađenje okoliša
idọ̀tí

 groblje
ibi isinkú

 crkva
ilé ijọsin

 igralište
ibi iṣeré

 hram
tẹmpili

krajolik
ẹlẹ́bùú

- list / ewé
- putokaz / ajúwe
- put / ọ̀nà
- livada / ilẹ̀ koríko
- kamen / òkúta
- drvo / igi
- šetač / olùrìn
- rijeka / odò
- trava / kóriko
- cvijet / òdòdó

dolina
kòtò

planina
òkè

jezero
adágún omi

šuma
aginjù

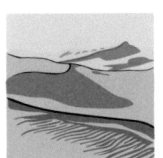
pustinja
aṣálẹ̀

vulkan
ilẹ̀ ríru

dvorac
ibùgbé

duga
òṣùmàrè

gljiva
esun

palma
ọ̀pẹ

moskito
ẹ̀fọn

muha
eṣinṣin

mrav
kòkòrò

pčela
oyin

pauk
alantakun

krajolik - ẹlẹ́bùú

15

buba
làbọnlàbọn

žaba
ọpọlọ

vjeverica
ọkẹrẹ ńlá

jež
sẹsẹ́

zec
ọkẹrẹ́

sova
òwiwí

ptica
ẹyẹ

labud
pẹ́pẹ́yẹ ńlá

divlja svinja
ẹlẹ́dẹ́ igbó

jelen
àgbọ̀nrín

los
àgbọ̀nrín ńlá

nasip
adágún

vjetrenjača
ọ̀pá afẹ́fẹ́

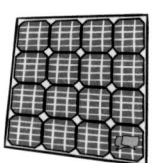

solarna ploča
panẹẹ̀lì òrùn

klima
ojú-ojọ́

krajolik - ẹlẹ́bùú

restoran
ilé oúnjẹ

konobar
agbóunjẹ

jelovnik
àkọsílẹ̀ oúnjẹ

stolica
àga

pica
pisa

supa
ọbẹ̀

stolnjak
aṣọ tábìlì

pribor za jelo
ọbẹ̀

predjelo
ìpanu

glavno jelo
oúnjẹ gangan

desert
ìpanu lẹ́yìn oúnjẹ

napitci
ohun mímu

jelo
oúnjẹ

boca
ìgò

restoran - ilé oúnjẹ

fastfood
oúnjẹ kíá

imbis hrana
oúnjẹ òpópónà

čajnik
abọ́ tii

doza za šećer
abọ́ ṣúgà

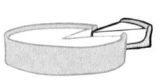

porcija
ìpín

aparat za espresso
ẹ̀rọ ẹsipirẹso

visoka stolica
àga gíga

račun
ináwó oṣoṣù

pladanj
tíre

nož
ọbẹ

vilica
fóókì

žlica
ṣíbí

čajna žlica
ṣíbí tii

ubrus
pépà inuwọ́

čaša
gilasi

restoran - ilé oúnjẹ

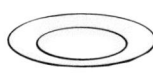

tanjur

abọ

tanjur za supu

abọ́ ọbẹ̀

tanjurić

pẹlẹbẹ

sos

ọbẹ̀

soljenka

kòkò iyọ̀

mlin za biber

ilọta

ocat

fẹniga

ulje

òróró

začini

èròjà

kečap

kẹsọpu

senf

mọsitadi

majoneza

mayonesi

restoran - ilé oúnjẹ

supermarket
ibi ìtajà

ponuda
ẹ̀dínwó

kupac
oníbàárà

mliječni proizvodi
wàrà

kolica za kupnju
ọmọlanke

voće
èso

mesnica
alápatà

pekarnica
beka

vagati
wọ̀n

povrće
ewébẹ̀

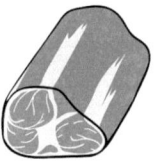

meso
ẹran

duboko smrznuta hrana
oúnjẹ dídì

supermarket - ibi ìtajà

narezak
ẹran tútù

konzerve
oúnjẹ agolo

sredstvo za pranje
ọṣẹ ìfọṣọ

slatkiši
àdíndùn

artikli za domaćinstvo
àgbéjáde ẹbí

sredstva za čišćenje
ohun ìtọ́jú

prodavačica
olùtajà

blagajna
tili

blagajnik
akàwó

lista za kupnju
àkójọ irajà

vrijeme rada
wákàtí ìbẹ̀rẹ̀

novčanik
ìpamọ́

kreditna kartica
káàdì arọ́pò owó

torba
báàgì

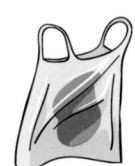
plastična vrećica
báàgì ọ̀rá

supermarket - ibi ìtajà

napitci
ohun mímu

voda
omi

sok
omi èso

mlijeko
wàrá

cola
koki

vino
waini

pivo
bia

alkohol
ọtí líle

kakao
kòkó

čaj
tii

kava
kọfí

espresso
ẹsipirẹso

cappuccino
kapusino

jelo
oúnjẹ

banana
ọgẹ̀dẹ̀

jabuka
apu

naranča
ọsàn

lubenica
`ẹ̀gúsí

limun
òronbò

mrkva
karọti

češnjak
galiki

bambus
ọparun

luk
àlùbọ́sà

gljiva
esun

orašasti plodovi
`ẹ̀pà

rezanci
nodu

 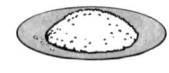 

| špagete | riža | salata |
| sipajẹti | irẹsi | saladi |

| pomfrit | pečeni krumpir | pica |
| ipanu | àǹàmọ́ díndín | pisa |

| hamburger | sendvič | šnicla |
| bọ̀gà | sanwiṣi | ẹran sísun |

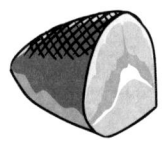  

| pršut | salama | kobasica |
| ẹsẹ̀ ẹlẹ́dẹ̀ | salami | sọseji |

| kokoš | pečenje | riba |
| ẹran ẹdìyẹ | sun | ẹja |

jelo - oúnjẹ

zobene pahuljice
oti pọreji

musli
musẹli

kukuruzne pahuljice
confulakisi

brašno
ìyẹ́fun

roščić
kirosanti

pecivo
rolu búrẹ̀dì

kruh
burẹdi

toast
dín

keksi
bisikiti

maslac
bọ́tà

svježi sir
kọdu

kolač
keki

jaje
ẹyin

jaje na oko
ẹyin díndín

sir
ṣiṣi

jelo - oúnjẹ

sladoled	šećer	med
aisi kirimu	ṣúgà	oyin

marmelada	nugat krema	curry
jamu	àfira ṣokoleti	kọri

jelo - oúnjẹ

seosko gazdinstvo
oko

seoska kuća
ilé oko

bale sijena
kóriko

sjenik
àká

polje
pápá

konj
àgbà ẹṣin

prikolica
pọ́npọ́n

traktor
katakata

ždrijebe
ẹṣin

magarac
ẹṣin

ovca
àgùntàn

lane
àgùntàn

koza
ewúrẹ́

krava
máàlù

tele
ọdọ́ àgùntàn

svinja
ẹlẹ́dẹ̀

prase
ọmọ ẹlẹ́dẹ̀

bik
àgbò

guska

ọmọ pẹ́pẹ́yẹ

patka

pẹ́pẹ́yẹ

pilići

ọmọ adìyẹ

kokoš

adìyẹ

pijetao

àkùkọ

pacov

èkúté

mačka

olóngbò

miš

eku

vol

kẹ̀tẹ̀kẹ̀tẹ̀

pas

ajá

kućica za psa

ilé ajá

vrtno crijevo

ọpá ọgbà

kanta za polijevanje

abọ́ omi

kosa

scythe

plug

ọkọ̀ irúgbìn

seosko gazdinstvo - oko

srp
abẹ oko

motika
ọkọ́

vilica za gnojivo
irinṣẹ́ kóriko

sjekira
àáké

tačke
wilibaro

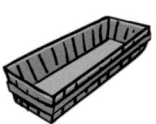

korito
àgbá

posuda za mlijeko
abọ́ wàrà

vreća
àpò

ograda
ògiri

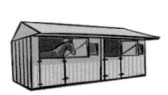

štala
pẹpẹ oko

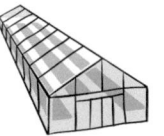

staklenik
ibi idáko

zemlja
ilẹ̀

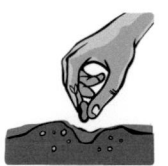

sjeme
irúgbìn

gnojivo
ajílẹ̀

kombajn
àkópọ̀ olùkórè

žanjati

ìkórè

žetva

ìkórè

yams začin

iṣu

pšenica

bàbà

soja

soya

krumpir

ànàmọ

kukuruz

àgbàdo

uljana repica

irúgbìn rapu

voćka

igi èso

gomolj manioke

ẹgẹ́

žitarice

jéró

seosko gazdinstvo - oko

kuća
ilé

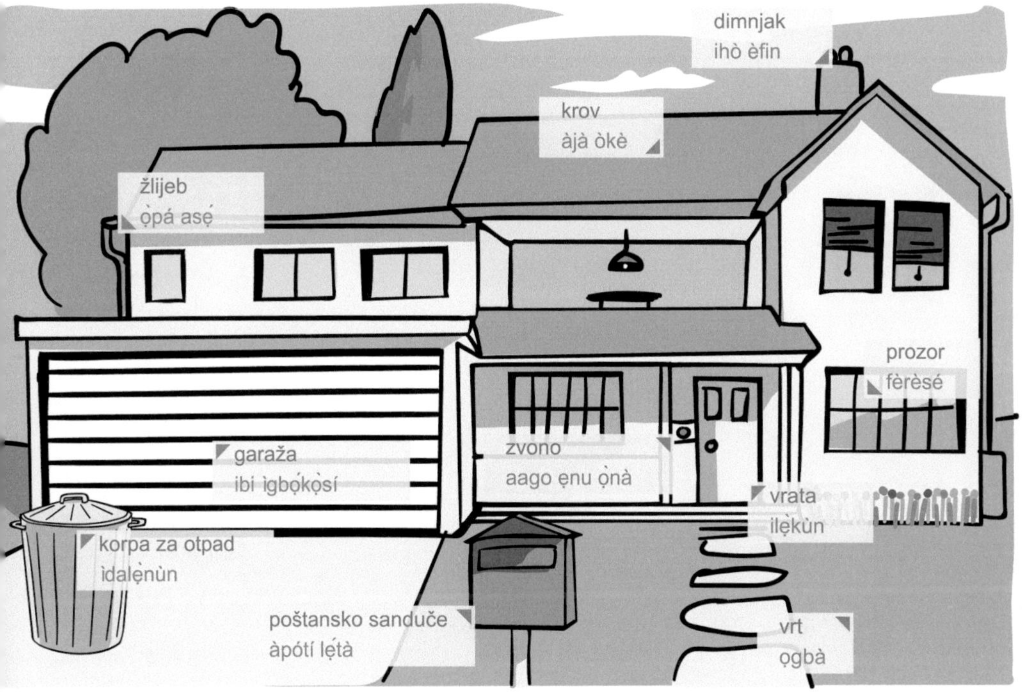

dimnjak / ihò èfin
krov / àjà òkè
žlijeb / ọ̀pá asẹ́
prozor / fèrèsé
garaža / ibi ìgbọ́kọ̀sí
zvono / aago ẹnu ọ̀nà
vrata / ilẹ̀kùn
korpa za otpad / ìdalẹ̀nùn
poštansko sanduče / àpótí lẹ́tà
vrt / ọgbà

dnevna soba
yàrá ìgbé

kupaonica
ilé ìwẹ̀

kuhinja
ilé ìdáná

spavaća soba
yàrá ìbùsùn

dječija soba
yàrá ọmọdé

trpezarija
yàrá ìjẹun

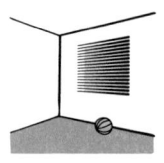

pod

ilẹ̀

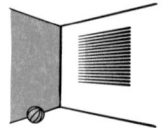

zid

ògiri ilé

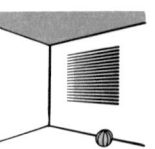

strop

àjà

podrum

sẹla

sauna

sauna

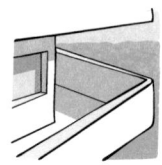

balkon

ọdẹdẹ

terasa

ọ̀nà

bazen

ibi iwẹ

kosilica za travu

ẹrọ ìgékò

posteljina za krevet

ojú-ewé

deka za krevet

aṣọ orí ibùsùn

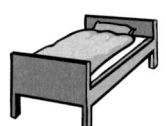

krevet

ibùsùn

metla

ọwọ̀

kanta

garawa

sklopka

yípo

kuća - ilé

dnevna soba
yàrá ìgbé

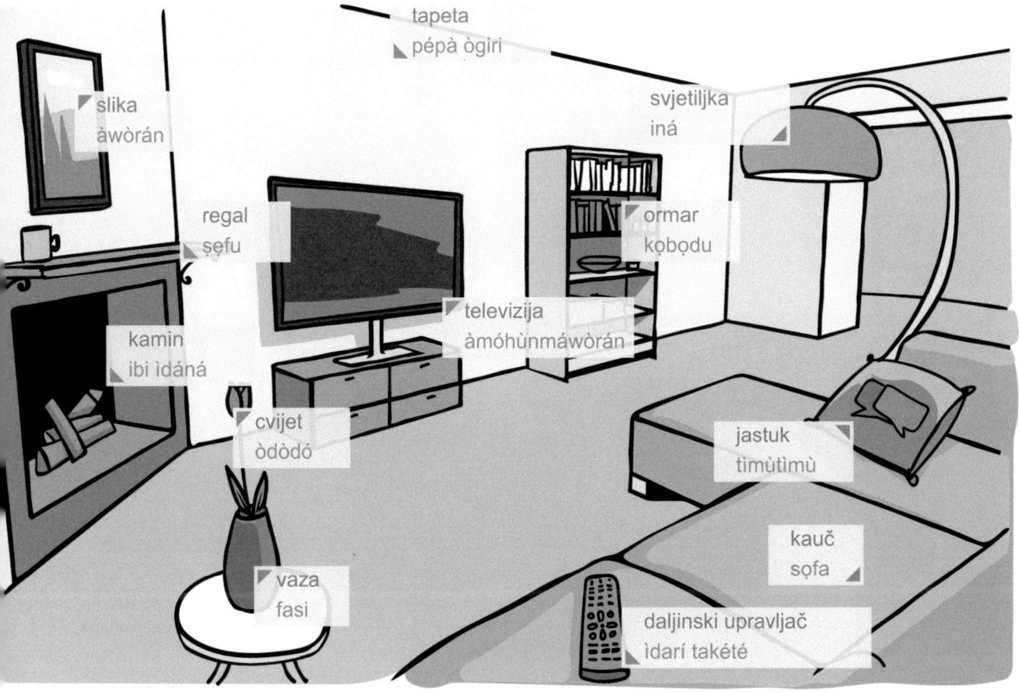

- tapeta / pépà ògiri
- slika / àwòrán
- svjetiljka / iná
- regal / sẹfu
- ormar / kọbọdu
- kamin / ibi ìdáná
- televizija / àmóhùnmáwòrán
- cvijet / òdòdó
- jastuk / tìmùtìmù
- vaza / fasi
- kauč / sofa
- daljinski upravljač / ìdarí takété

tepih
kápẹti

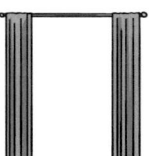

zavjesa
kọtini

stol
tábìlì

stolica
àga

stolica za njihanje
àga amìtìtì

fotelja
àga ọlọ́wọ́

knjiga
iwé

deka
aṣọ ibora

dekoracija
ọṣọ́

drvo za ogrjev
igi ìdáná

film
fíìmù

stereo uređaj
irinṣẹ́ hi-fi

ključ
kọ́kọ́rọ́

novine
iwé ìròyìn

slika na platnu
kíkunlé

poster
àlẹ̀mọ́

radio
redio

blok za pisanje
ìkọwé

usisavač
ufa

kaktus
kakitọsi

svijeća
àbẹ́là

dnevna soba - yàrá ìgbé

kuhinja
ilé ìdáná

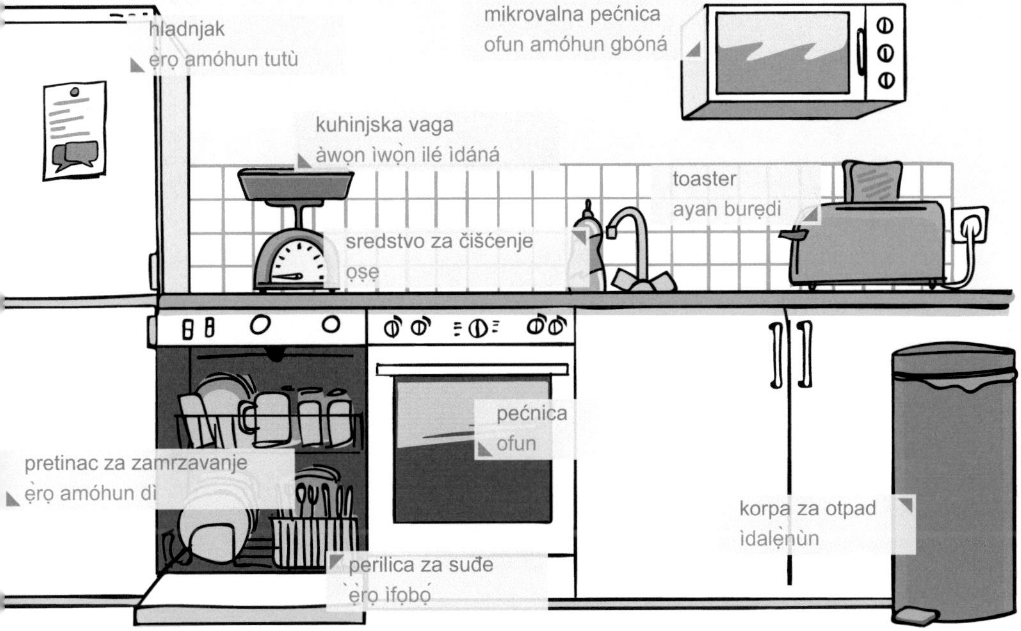

- hladnjak / ẹ̀rọ amóhun tutù
- mikrovalna pećnica / ofun amóhun gbóná
- kuhinjska vaga / àwọn ìwọ̀n ilé ìdáná
- toaster / ayan burẹdi
- sredstvo za čišćenje / ọsẹ
- pretinac za zamrzavanje / ẹ̀rọ amóhun di
- pećnica / ofun
- perilica za suđe / ẹ̀rọ ifọbọ́
- korpa za otpad / idalẹ̀nùn

štednjak
idáná

lonac
ìṣasun

željezni lonac
ìṣasun irin

wok / kadai
wok / kadai

tava
panu

kuhalo za vodu
kẹturu

kuhinja - ilé ìdáná

kuhalo na paru

amoru

lim za pečenje

pẹpẹ ìdáná

posuđe

dídáná

čaša

ife gilasi

zdjela

àdému

štapići za jelo

igi ìjẹun

kutljača

ladu

lopatica

ṣíbí kòtò

pjenjača

wisiki

sito za kuhanje

sitirena

sito

asẹ́

ribež

gireta

mužar

odó

roštilj

àsun

ognjište

ibi ìdáná

kuhinja - ilé ìdáná

daska
pẹpẹ gígé

oklagija
igi ìlọ̀

vadičep
kọkisukuru

konzerva
agolo

otvarač konzervi
olùṣí agolo

krpa za lonac
àdìmú iṣasun

sudoper
kòtò

četka
burọṣi

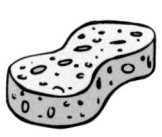

spužva
kaninkanin

mikser
ẹ̀rọ ìlọta

zamrzivač
ẹ̀rọ amóhun dì oníkòtò

bočica za bebe
ohun ìjẹun ọmọdé

slavina za vodu
ẹnu ẹ̀rọ omi

kuhinja - ilé ìdáná

kupaonica
ilé ìwẹ̀

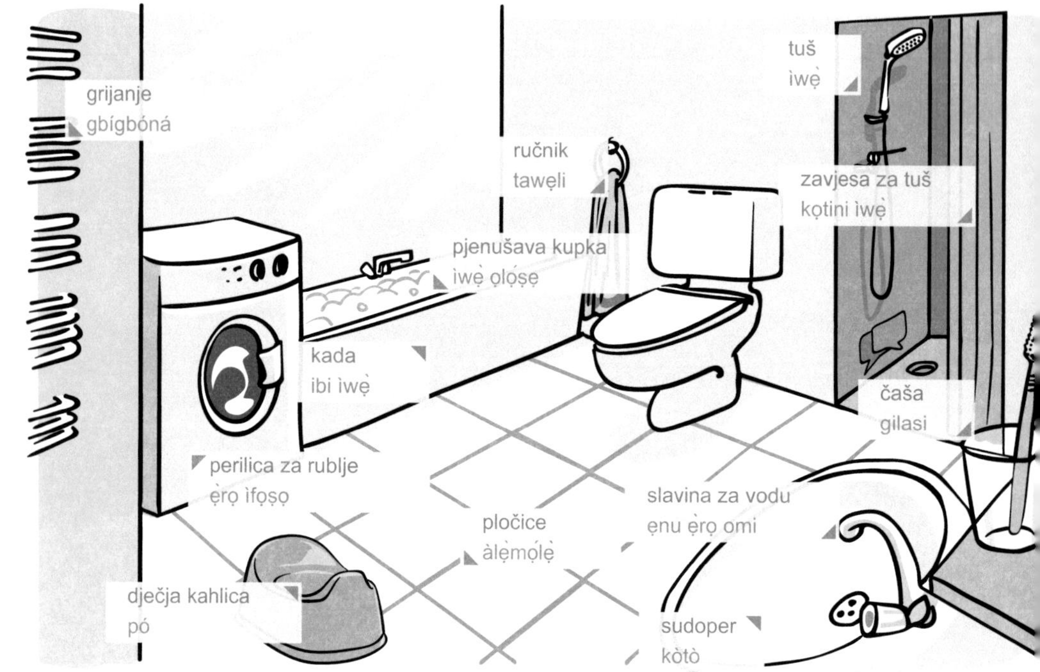

grijanje
gbígbóná

tuš
iwẹ̀

ručnik
tawẹli

zavjesa za tuš
kọtini ìwẹ̀

pjenušava kupka
iwẹ̀ ọlọ́sẹ

kada
ibi ìwẹ̀

čaša
gilasi

perilica za rublje
ẹ̀rọ ìfọṣọ

slavina za vodu
ẹnu ẹ̀rọ omi

pločice
àlẹ̀mọ́lẹ̀

dječja kahlica
pó

sudoper
kòtò

toalet

ibi iyàgbẹ́

čučavac

ibi ṣálángá

bidet

bidẹti

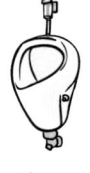

pisoar

títọ̀

papir za toalet

pépa ibi iyàgbẹ́

četka za toalet

burọ́ṣi ibi iyàgbẹ́

četkica za zube
igi ifọnu

pasta za zube
ọṣẹ ifọnu

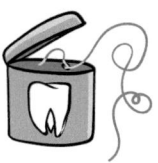
konac za zube
filọsi eyin

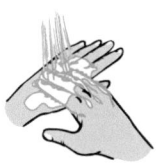
prati
fọṣọ

tuš ručica
iwẹ olọwọ́

tuš za pranje intimnih dijelova
doṣi

lavor
basin

četka za pranje leđa
burọṣi ẹyìn

sapun
ọṣẹ

gel za tuširanje
gẹli iwẹ̀

šampon
ọ̀ṣẹ irun

krpa za pranje
filanẹni

odvod
sẹ́

krema
ìpara

dezodorans
olóòrùn dídún

kupaonica - ilé ìwẹ̀

ogledalo

dingi

kozmetičko ogledalo

díngi ọwọ́

brijač

abẹ

pjena za brijanje

fomu ifárungbọn

losion za poslije brijanja

lẹyìn ifarungbọn

češalj

iyarun

četka

burọṣì

sušilo za kosu

agbẹrun

sprej za kosu

iparun

makeup

imúra

ruž za usne

itọtè

lak za nokte

faniṣi èkaná

vata

òwú

škare za nokte

sisọsi èkaná

parfem

pafumu

neseser

báàgì ìwẹ̀

stolica

àga

vaga

ìwọ̀n

ogrtač

okùn ìwẹ

rukavice za čišćenje

ìbọ̀wọ́ rọ́bà

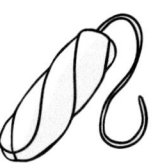

tampon

tampun

uložak

ìnuwọ́

kemijski toalet

ṣálángá kẹmika

kupaonica - ilé ìwẹ̀

dječija soba
yàrá ọmọdé

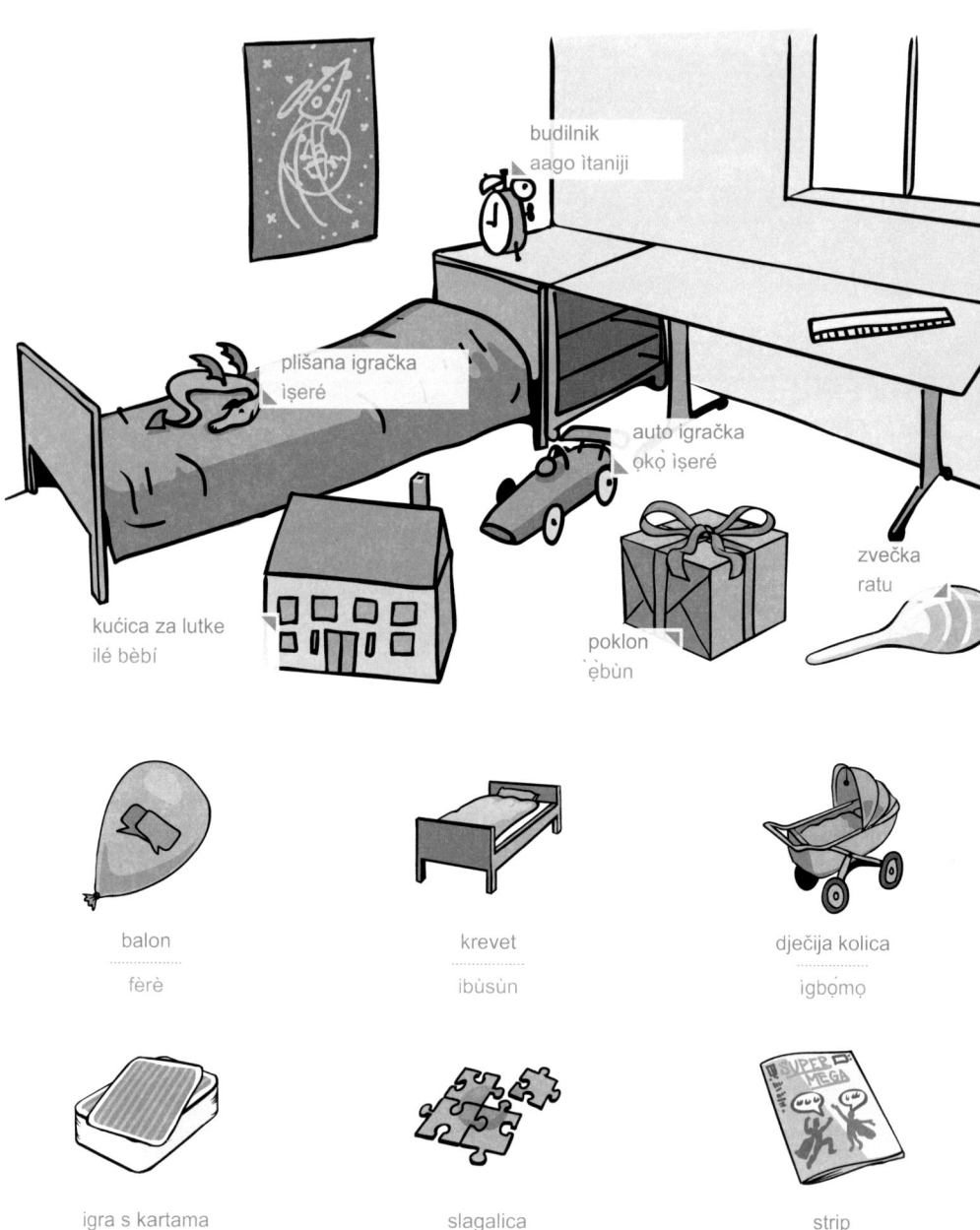

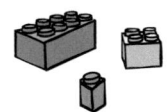

lego kockice

àwọn biriki

kockice za slaganje

ohun ìṣeré

akcioni junak

figọ ìṣe

kombinezon za bebe

ìdàgbàsókè

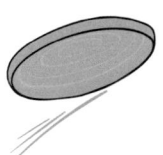

frizbi

firisibi

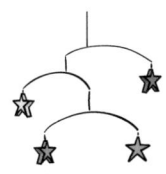

viseće igračke

alágbèéká

društvene igre

eré pẹpẹ

kocka

daisi

minijaturna željeznica

àkópọ̀ ìkọ́ni àwòṣe

duda

dọmi

tulum

ayẹyẹ

slikovnica

ìwé àwòrán

lopta

bọ́ọ̀lù

lutka

bèbí

igrati

ṣeré

dječija soba - yàrá ọmọdé

pješčanik

kòtò yẹpẹ

ljuljačka

jangilofa

igračka

àwọn ìṣeré

konzola za igre

kọ́nsolu ìṣeré fídíò

tricikl

ẹlẹ́ṣẹ̀ mẹ́ta

plišani medo

bèbí ọmọdé

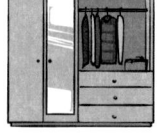

ormar

ibi ikasọsi

odjeća
aṣọ

kratke čarape

sọkisi

čarape

sitọkin

hulahopke

ṣòkòtò

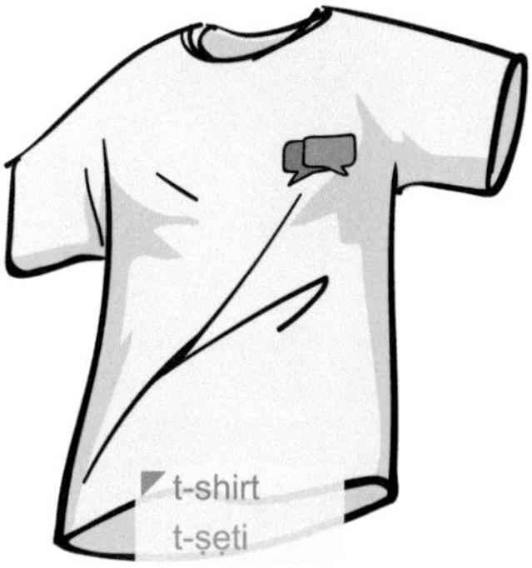

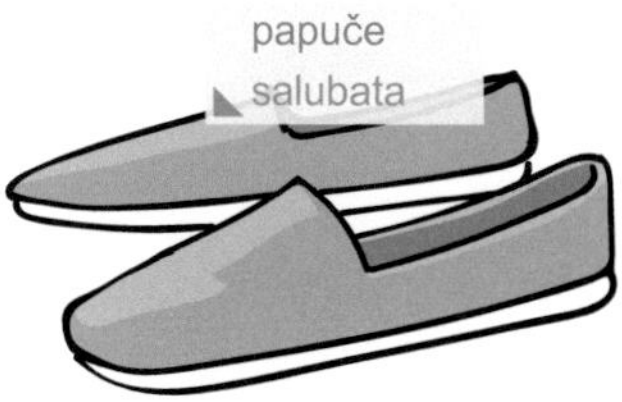

šal
sikafu

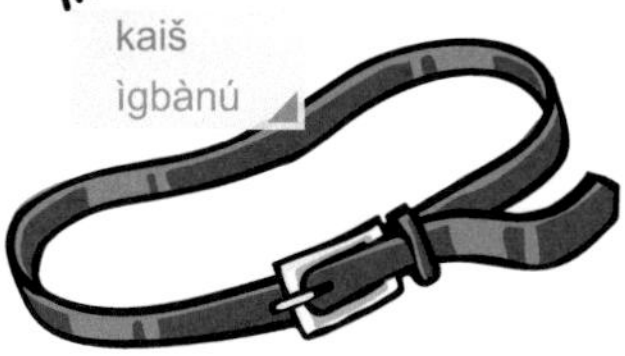

kišobran
agbòjò

t-shirt
t-ṣẹti

kaiš
ìgbànú

čizme
bàtà

papuče
salubata

patike
àwọn olùkọni

sandale	cipele	gumene čizme
salubata	bàtà	bàtà òjò

gaćice	grudnjak	potkošulja
pátá	kọ́mú	fẹsiti

odjeća - aṣọ

bodi	hlače	džins
ara	ṣòkòtò	kaki

haljina	bluza	košulja
sikẹti	bulausi	ṣẹti

džemper	pulover s kapuljačom	blejzer
dúró	ìbòrí	aṣọ òkè

jakna	kaput	kabanica
aṣọ otútù	kotu	aṣọ òjò

kostim	haljina	vjenčanica
ìmúra	wọṣọ	aṣọ ìgbéyàwó

odjeća - aṣọ

odijelo

sutu

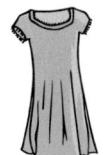

spavaćica

aṣọ àwọ̀sùn

pidžama

pijama

sari

sari

rubac

gèlè

turban

tọbanu

burka

bọka

kaftan

kafitani

abaja

abaya

kupaći kostim

aṣọ ìwẹdò

kupaće gaćice

aṣọ àwọ̀sókè

kratke hlače

penpe

odjeća za trening

kotu

pregača

aṣọ ìdáná

rukavice

ìbọ̀wọ́

odjeća - aṣọ

gumb

bọ̀tìnnì

naočale

awò

narukvica

ẹgbà ọwọ́

ogrlica

ẹgbà ọrùn

prsten

òrùka

naušnica

gbígbọ́

kapa

filà

vješalica

ikọ́ kotu

šešir

àkẹtẹ̀

kravata

tai

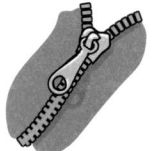

patent zatvarač

sipu

kaciga

koto

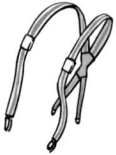

naramenice

biresi

školska uniforma

aṣọ ilé-ìwé

uniforma

yunifọmu

odjeća - aṣọ

podbradak	duda	pelena
bibu	dọmi	ìlédìí

ured
ọfisi

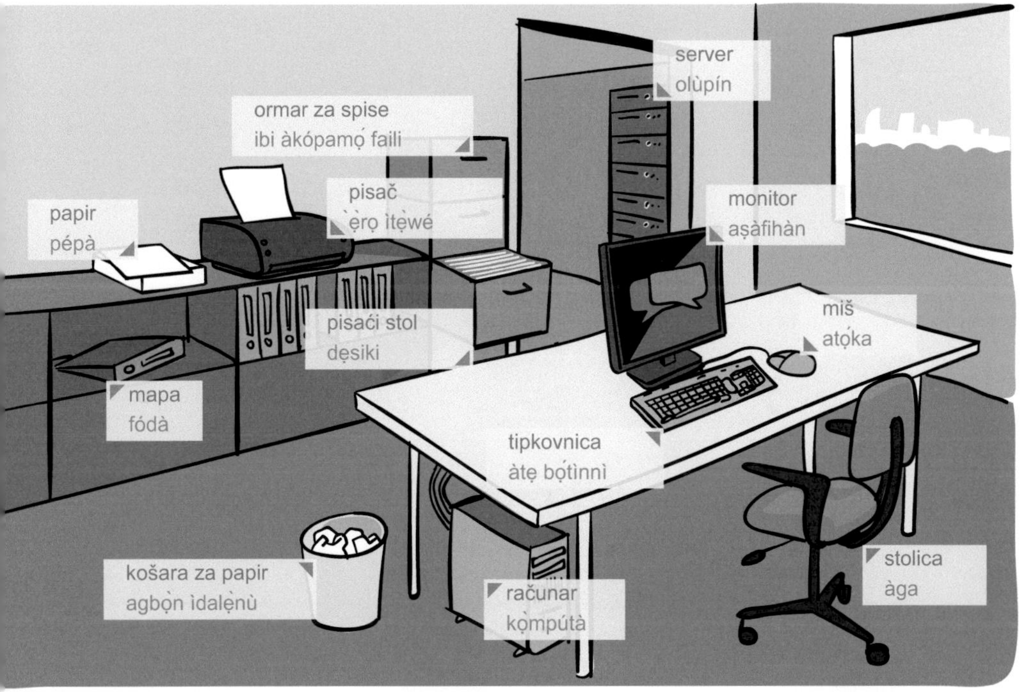

- server / olùpín
- ormar za spise / ibi àkópamọ́ faili
- papir / pépà
- pisač / ẹ̀rọ ìtẹ̀wé
- monitor / aṣàfihàn
- pisaći stol / dẹ́sìkì
- miš / atọ́ka
- mapa / fódà
- tipkovnica / àtẹ bọ́tìnnì
- košara za papir / agbọ̀n ìdalẹ̀nù
- računar / kọ̀mpútà
- stolica / àga

šalica za kavu	kalkulator	internet
ife kọfí	ẹ̀rọ ìṣirò	ayélujára

ured - ọfisi

laptop	pismo	poruka
kọmpútà àgbélétan	lẹ́tà	ìfíránṣẹ́

mobilni telefon	mreža	uređaj za kopiranje
alágbèéká	nẹ́tíwọ́kì	ẹ̀rọ ẹ̀dà

softver	telefon	utičnica
sọ́ftwia	ẹ̀rọ ìbánisọ̀rọ̀	ihò iná
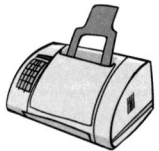	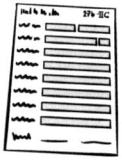	
faks	obrazac	dokument
ẹ̀rọ fakisi	fọ́ọ̀mù	ìwé àkọsílẹ̀

ured - ọ́fisi

gospodarstvo
ọrọ̀ ajé

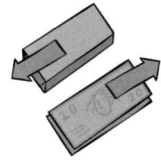
kupovati
rà

platiti
sanwó

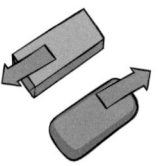
trgovati
ṣòwò

novac
owó

dolar
dọla

euro
yuro

jen
yẹni

rubalj
rọbu

švicarski franak
Siwisi frans

renmindbi yuan
renminbi yuan

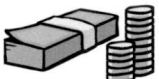
rupija
rupi

automat za novac
ibi owó

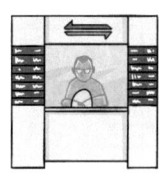

mjenjačnica

ibi ìpàrọ̀ owó

zlato

wúrà

srebro

fàdákà

nafta

epo

energija

agbára

cijena

iye

ugovor

àdéhùn

porez

owó orí

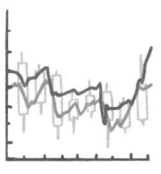

dionica

ìpín ọjà

raditi

ṣiṣẹ́

službenik

òṣìṣẹ́

poslodavac

agbani síṣẹ́

tvornica

ilé iṣẹ́

prodavaonica

ìsọ̀

gospodarstvo - ọrọ̀ ajé

zanimanja
àwọn iṣẹ́ ààyò

policajac
ògá ọlọ́pàá

vatrogasac
panápaná

kuhar
adáná

liječnik
dókítà

pilot
awakọ̀ òfurufú

vrtlar
ológbà

stolar
gbẹ́nàgbẹ́nà

krojačica
aránṣọ

sudija
adájọ́

kemičar
olóògùn

glumac
òṣèré

vozač autobusa
awakọ̀ èrò

vozač taksija
awakọ̀ èrò

ribar
apẹja

čistačica
omidan agbálẹ̀

krovopokrivač
kanlékanlé

konobar
agbóunjẹ

lovac
ọdẹ

slikar
akunlé

pekar
olùṣe iyẹ̀fun

električar
aṣàtúnṣe iná

građevinski radnik
akọ́lé

inženjer
amojú ẹ̀rọ

mesar
alápatà

limar
pulọmba

poštar
afiwé ránṣẹ́

zanimanja - àwọn iṣẹ́ ààyò

vojnik
jagunjagun

arhitekta
ayàwòrán ilé

blagajnik
akawó

cvjećar
olódòdó

frizer
aṣerun lóge

kondukter
adarí èrò

mehaničar
aṣàtúnṣe ọkọ̀

kapetan
adarí

zubar
olùtójú eyin

znanstvenik
onímọ̀ ijìnlẹ̀

rabi
olùkọ́ni

imam
imamu

monah
mọnki

svećenik
òjíṣẹ́ Ọlọ́run

zanimanja - àwọn iṣẹ́ ààyò

alati
àwọn irinṣẹ́

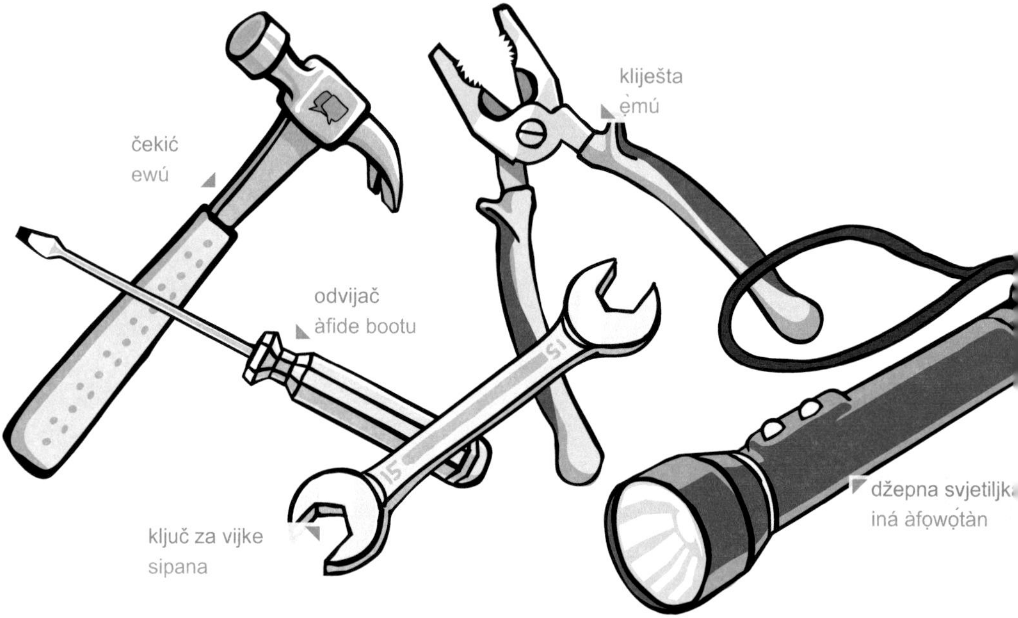

čekić
ewú

kliješta
ẹ̀mú

odvijač
àfide bootu

ključ za vijke
sipana

džepna svjetiljka
iná àfọwọ́tàn

rovokopač

jiga

kutija za alat

àpótí irinṣẹ́

ljestve

àgàsọ̀

pila

ayùn

ekser

èṣó

bušilica

ilu

popraviti

túnṣe

lopata

sọ́bìrì

Sranje!

Adágún!

lopatica

igbá ìdọ̀tí

lonac za boju

kòkò ọ̀dà

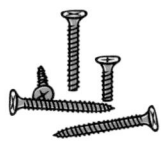

vijci

bootu

glazbeni instrument
àwọn irinṣẹ́ orin

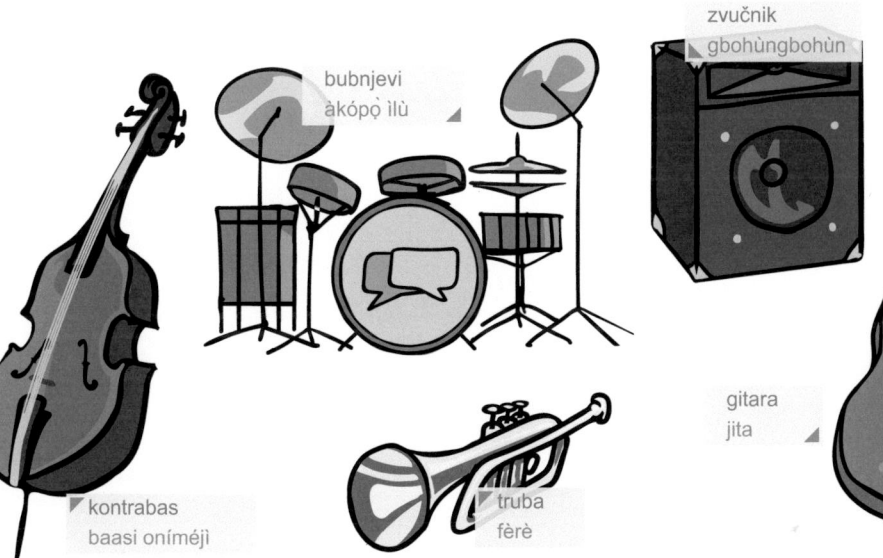

zvučnik
gbohùngbohùn

bubnjevi
àkópọ̀ ìlù

kontrabas
baasi onímẹ́jì

truba
fèrè

gitara
jita

klavir
dùrù

violina
faolin

bas
baasi

timpani
timpani

udaraljke za bubnjeve
àwọn ìlù

keyboard
kiibọdu

saksofon
sasofonu

flauta
fèrè ìpè

mikrofon
ẹ̀rọ gbohùngbohùn

glazbeni instrument - àwọn irinṣẹ́ orin

zoološki vrt
ibi ẹranko

tigar
ẹkùn

ulaz
ìwọlé

kavez
ibi ìhámọ́

zebra
àgbọ̀nrín

hrana za životinje
oúnjẹ ẹranko

panda
panda

životinje
àwọn ẹranko

slon
erin

kengur
kangaruu

nosorog
raino

gorila
ọ̀bọ lagido

medvjed
biari

kamila
kẹtẹkẹtẹ

noj
ẹyẹ agùnlọrùn

lav
kiniún

majmun
ọbọ

flamingo
yojayoja

papagaj
ayékòótọ́

polarni medvjed
biari omi

pingvin
pinguin

ajkula
ṣaki

paun
ọ̀kin

zmija
ejò

krokodil
ọ̀ni

čuvar u zoološkom vrtu
olùtọ́jú ibi ẹranko

tuljan
sili

jaguar
jagua

zoološki vrt - ibi ẹranko

poni

poni

leopard

ẹkùn

nilski konj

ẹran omi

žirafa

jirafi

orao

àṣá

divlja svinja

ẹlẹdẹ igbó

riba

ẹja

kornjača

ijàpá

morž

wọrọsi

lisica

kọlọkọlọ

gazela

gasẹli

zoološki vrt - ibi ẹranko

šport
àwọn eré ìdárayá

američki nogomet
Bọ́ọ̀lù àfẹsẹ̀gbá Amẹ́rika

biciklizam
kẹ̀kẹ́

tenis
tẹnisi

košarka
bọ́ọ̀lù agbọ̀n

plivanje
iwẹ̀ odò

boks
ẹlẹ́sẹ̀ẹ́

hockey na ledu
ọkì yìnyín

nogomet
bọ́ọ̀lù àfẹsẹ̀gbá

badminton
badmintin

atletika
àwọn tí ń sáré

rukomet
bọ́ọ̀lù ọlọ́wọ́

skijanje
eré ori yìnyín

polo
polo

aktivnosti
àwọn iṣẹ́

- skočiti / fò
- pjevati / kọrin
- zagrliti / dìmọ́
- smijati se / rẹ́rìín
- ići / rìn
- moliti se / gbàdúrà
- poljubiti / fẹnukò
- sanjati / àlá

pisati
kọ̀wé

crtati
yàwòrán

pokazati
fihàn

gurati
tì

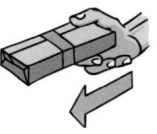
dati
funni

uzeti
mú

aktivnosti - àwọn iṣẹ́

imati
ní

činiti
şe

biti
jẹ́

stojati
dúró

trčati
sáré

povlačiti
fà

baciti
jù

padati
şubú

ležati
parọ́

čekati
dúró

nositi
gbé

sjediti
jókòó

oblačiti
múra

spavati
sùn

probuditi se
jí

gledati
wo

plakati
kígbe

milovati
ọ̀pá

češljati
ìlarun

govoriti
sọ̀rọ̀

razumjeti
lóye

pitati
bèrè

slušati
tẹtí

piti
omi

jesti
jẹun

pospremiti
palẹ̀mọ́

voljeti
ìfẹ́

kuhati
dáná

voziti
wakọ̀

letjeti
fò

aktivnosti - àwọn iṣẹ́

ploviti — igbín

računati — ṣírò

čitati — kàwé

učiti — kọ́

raditi — ṣiṣẹ́

vjenčati se — gbéyàwó

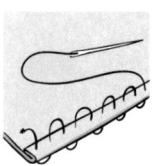
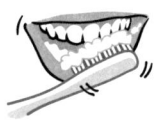

šiti — ránṣọ

prati zube — fọ eyín

ubiti — pa

pušiti — mu sìgá

poslati — firánṣẹ́

aktivnosti - àwọn iṣẹ́

obitelj
ẹbí

baka
ìyá ńlá

djed
bàbá ńlá

otac
bàbá

majka
ìyá

beba
ọmọdé

kćerka
ọmọbìnrin

sin
ọmọkùnrin

gost
àlejò

tetka
àbúrò ìyá

ujak, stric
àbúrò bàbá

brat
arákùnrin

sestra
arábìnrin

tijelo
ara

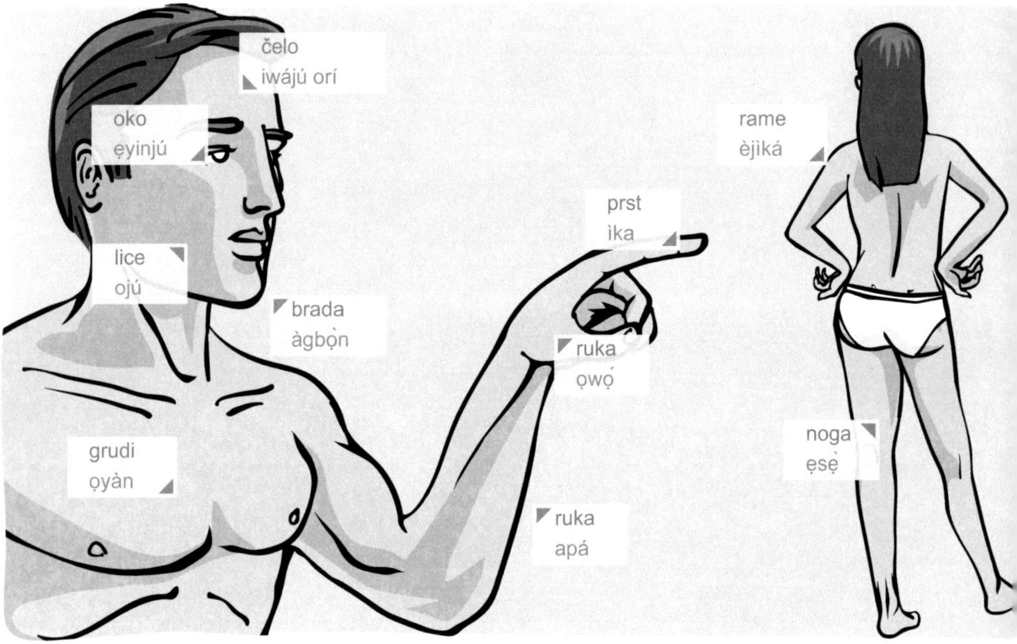

čelo
iwájú orí

oko
ẹyinjú

lice
ojú

brada
àgbọ̀n

grudi
ọyàn

prst
ìka

ruka
ọwọ́

ruka
apá

rame
èjìká

noga
ẹsẹ̀

beba
ọmọdé

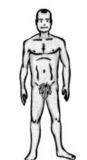

muškarac
ọkùnrin àgbà

žena
obìnrin àgbà

djevojčica
obìnrin

dječak
ọkùnrin

glava
orí

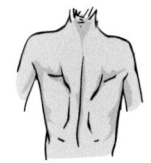

leđa

ẹ̀yìn

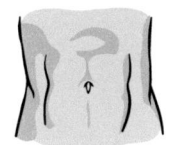

trbuh

inú

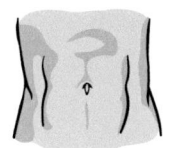

pupak

idodo

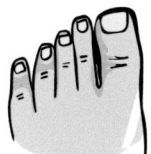

nožni prst

ìka ẹsẹ̀

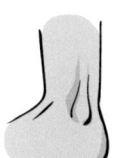

peta

ẹ̀yìn ẹsẹ̀

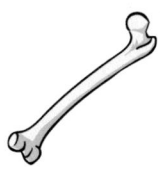

kost

egungun

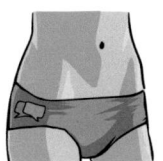

kuk

ìbàdí

koljeno

orúnkún

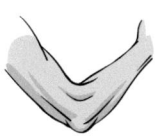

lakat

ìgúpá

nos

imú

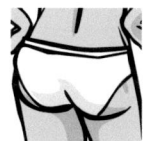

stražnjica

ìdí

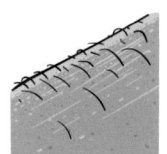

koža

awọ

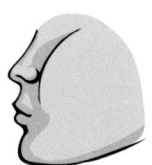

obraz

ẹ̀rẹ̀kẹ́

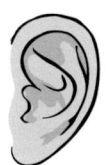

uho

etí

usna

ètè

	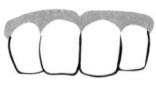	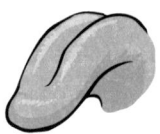
usta	zub	jezik
ẹnu	eyín	ahọ́n
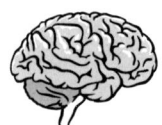	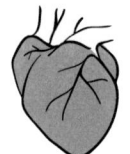	
mozak	srce	mišić
ọpọlọ	ọkàn	iṣan
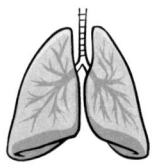		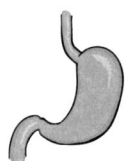
pluća	jetra	želudac
ifun	ẹdọ̀	ikùn
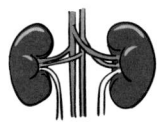		
bubrezi	snošaj	kondom
kíndirín	ibálòpọ̀	rọ́bà àbò
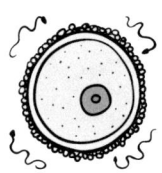		
jajna stanica	sperma	trudnoća
ofumu	àtọ̀	oyún

tijelo - ara

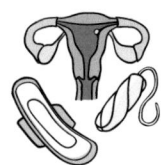  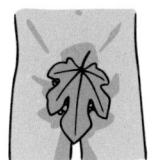

menstruacija	vagina	penis
ǹkan oṣù	òbò	okó

  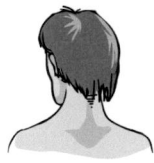

obrva	kosa	vrat
ìpénpéjú	irun	ọrùn

tijelo - ara

bolnica
ilé ìwòsàn

bolnica
ilé ìwòsàn

bolničko vozilo
ọkọ̀ aláìsàn

invalidska kolica
kẹ̀kẹ́ arọ

lom
egun kíkán

liječnik

dókítà

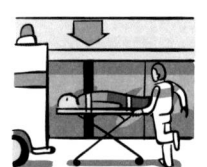

hitna medicinska služba

yàrá pàjáwìrì

medicinska sestra

nọ́ọ̀sì

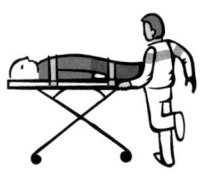

hitni slučaj

pàjáwìrì

nesvijest

dákú

bol

irora

ozljeda

egbò

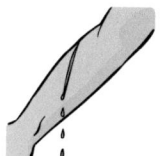

krvarenje

èjẹ̀ dídà

srćani infarkt

àìsàn ọkàn

moždani udar

rọpárọsẹ̀

alergija

àlébù ògùn

kašalj

ikọ́

groznica

ibà

gripa

ọ̀finkìn

proljev

ìgbẹ́ gburu

glavobolja

ẹ̀fọ́rí

rak

jẹjẹrẹ

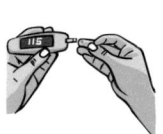

dijabetes

ìtọ̀ ṣúgà

kirurg

alábẹ

skalpel

abẹfẹ́lẹ́

operacija

iṣẹ́ abẹ

bolnica - ilé ìwòsàn

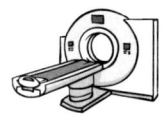
ct
CT

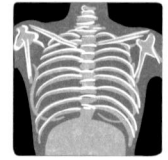
rentgen
x-ray

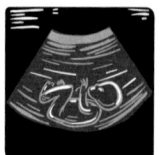
ultrazvuk
ọtirasandi

maska
aṣọ ibòjú

bolest
àrùn

čekaonica
yàrá ìdúró

štaka
ọ̀pá

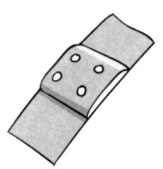
flaster
àlẹ̀mọ́

zavoj
aṣọ àfiwé

injekcija
abẹ́rẹ́

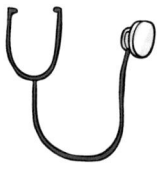
stetoskop
àyẹ̀wò ẹ̀émì

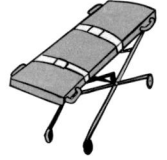
nosilo
àtẹ aláìsàn

termometar
ẹ̀rọ ìwọ̀n oru ilé ìwòsàn

prekomjerna težina
ìsanrajù

bolnica - ilé ìwòsàn

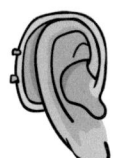

slušni aparat	sredstvo za dezinfekciju	infekcija
ẹ̀rọ àfigbọ́rọ̀	apa kòkòrò	àkóràn

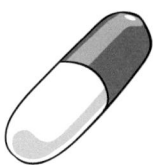

virus	hiv / sida	medicina
kòkòrò	Àrùn HIV / AIDS	òògùn

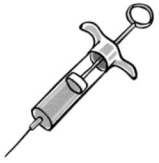
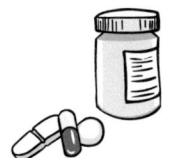

vakcinacija	tablete	pilula
àjẹsára	tabulẹti	òògùn

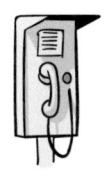

poziv u pomoć	uređaj za mjerenje tlaka	bolesno / zdravo
ìpè pàjáwìrì	atọpinpin ẹ̀jẹ̀ ríru	àìsàn / lera

bolnica - ilé ìwòsàn

hitni slučaj
pàjáwìrì

pomoć!
Ìrànlọ́wọ́!

alarm
itanijí

nasrtaj
iluni

napad
idójukọ

opasnost
ewu

izlaz za nuždu
ijáde pàjáwiri

požar!
Iná!

vatrogasni aparat
panápaná

nezgoda
ijàmbá

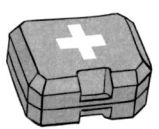
kofer prve pomoći
àpótí itọ́jú aláìsàn

sos
SOS

policija
ọlọ́pàá

zemlja
Ayé

Europa
Yuropu

sjeverna amerika
North Amerika

južna amerika
South Amerika

Afrika
Afirika

Azija
Esia

Australija
Ọsirelia

Atlantik
Atlantic

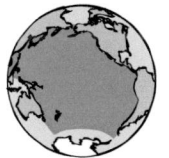

Pacifik
Pacific

ocean
Indian Ocean

antarktički ocean
Antarctic Ocean

arktički ocean
Arctic Ocean

sjeverni pol
Òpó Ìlà Òrùn

južni pol	Antarktik	zemlja
Òpó Ìwọ̀ Òrùn	Antarctica	Ayé

zemlja	more	otok
ilẹ̀	òkun	erékùsù

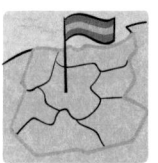 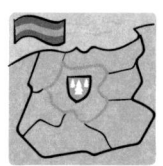

nacija	država
orílẹ̀-èdè	ìpínlẹ̀

sat
aago

brojčanik sata

ojú aago

satna kazaljka

ọwọ́ wákàtí

minutna kazaljka

ọwọ́ ìṣẹ́jú

sekundna kazaljka

ọwọ́ ìṣẹ́jú ààyá

Koliko je sati?

Kínni aago sọ?

dan

ọjọ́

vrijeme

àkókò

sada

báyìí

digitalni sat

aago onínọ́mbà

minuta

ìṣẹ́jú

sat

wákàtí

tjedan
ọ̀sẹ̀

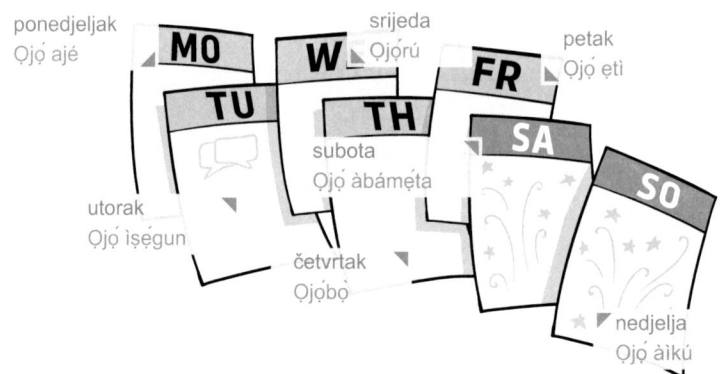

ponedjeljak
Ojọ́ ajé

utorak
Ojọ́ ìsẹ́gun

srijeda
Ojọ́rú

četvrtak
Ojọ́bọ̀

petak
Ojọ́ ẹtì

subota
Ojọ́ àbámẹ́ta

nedjelja
Ojọ́ àìkú

jučer

àná

danas

òní

sutra

ọ̀la

jutro

àárọ̀

podne

ọ̀sán

večer

ìrọ̀lẹ́

radni dani

àwọn ojọ́ isẹ́

vikend

iparí ọsẹ̀

godina
ọdún

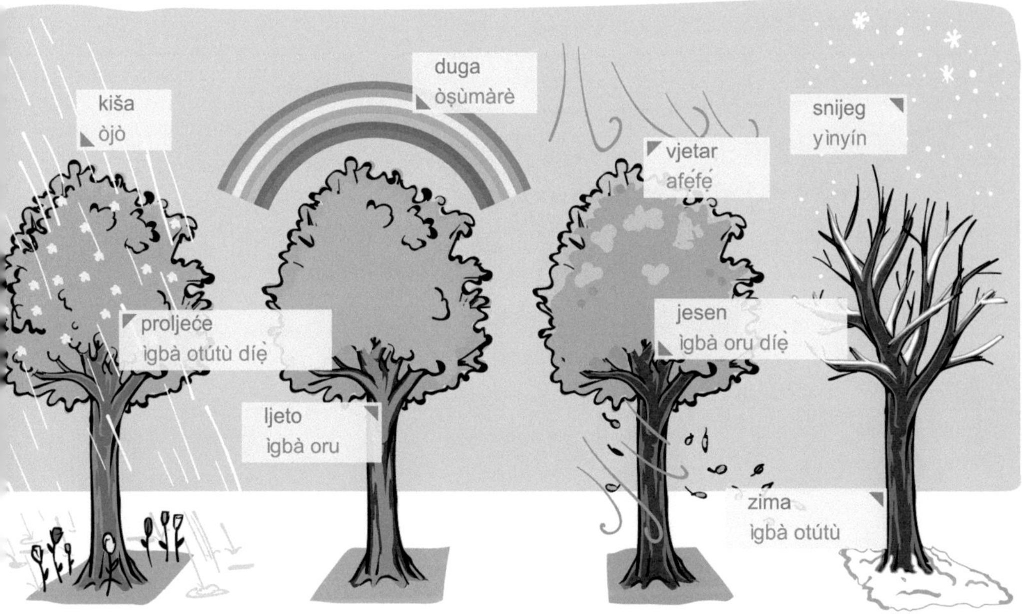

kiša
òjò

duga
òṣùmàrè

snijeg
yìnyín

vjetar
afẹ́fẹ́

proljeće
ìgbà òtútù díẹ̀

jesen
ìgbà oru díẹ̀

ljeto
ìgbà oru

zima
ìgbà òtútù

meteorološka prognoza

ìsọtẹ́lẹ̀ ojú-ọjọ́

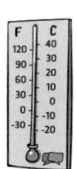

termometar

ẹ̀rọ ìwọ̀n oru

sunčana svjetlost

ìtànsán òrùn

oblak

òfurufú

magla

òpọ̀lọ́

vlažnost zraka

ọ̀gìnniti

godina - ọdún

munja

iná

grmljavina

àrá

oluja

ìjì

tuča

kùrukùru

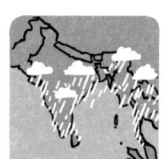

monsun

afẹ́fẹ́

poplava

àgbàrá

led

omi dídì

siječanj

Oṣù kínní

veljača

Oṣù kejì

ožujak

Oṣù kẹẹ̀ta

travanj

Oṣù kẹẹ́rin

svibanj

Oṣù kaàrún

lipanj

Oṣù kẹfà

srpanj

Oṣù keèje

kolovoz

Oṣù keèjọ

godina - ọdún

rujan
Oṣù kẹẹsán

listopad
Oṣù keẹ̀wá

studeni
Oṣù kọkànlá

prosinac
Oṣù kejìlá

oblici
àwọn ìrísí

krug
róbótó

kvadrat
onígun mẹ́rin dọ́gba dọ́gba

pravokutnik
onígun mẹ́rin

trokut
onígun mẹ́ta

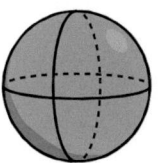
kugla
sifia

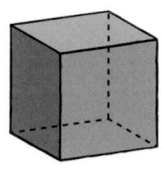
kocka
kubu

oblici - àwọn ìrísí

boje
àwọn àwọ̀

bijela
funfun

žuta
yẹlo

narančasta
olómi ọsàn

ružičasta
pinki

crvena
pupa

ljubičasta
pọpu

plava
bulu

zelena
aláwọ̀ ewé

smeđa
buranu

siva
rẹ́súrẹ́sú

crna
dúdú

suprotnosti
òdì

mnogo / malo
ọ̀pọ̀ / níwọ̀nba

ljutito / mirno
bínnú / farabalẹ̀

lijepo / ružno
rẹwà / òbùrẹwà

početak / kraj
bíbẹ̀rẹ̀ / òpin

veliko / maleno
ńlá / kékeré

svijetlo / tamno
mọ́lẹ̀ / dúdú

brat / sestra
arákùnrin / arábìnrin

čisto / prljavo
mímọ́ / dọ̀tí

potpuno / nepotpuno
parí / àìparí

dan / noć
ọjọ́ / alẹ́

mrtvo / živo
kú / àyè

široko / usko
fẹ̀ / tínrín

jestivo / nejestivo

jíję / àilèję

zlo / dobro

ibi / dára

uzbuđeno / dosadno

dunnú / sísú

debelo / mršavo

tóbi / tínrín

na početku / na kraju

àkọ́kọ́ / ìgbẹ̀yìn

prijatelj / neprijatelj

ọ̀rẹ́ / ọtá

puno / prazno

kún / ṣófo

tvrdo / mekano

le / rọ̀

teško / lagano

wúwo / fúyẹ́

glad / žeđ

ebi / òhùngbẹ

bolesno / zdravo

àìsàn / lera

ilegalno / legalno

tàpá sófin / bá òfin mu

pametno / glupo

ọlọ́gbọ́n / òmùgọ̀

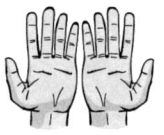

lijevo / desno

òsì / ọ̀tún

blizu / daleko

tòsí / jìnnà

suprotnosti - òdì

novo / rabljeno

tuntun / àlòkù

ništa / nešto

àìsí nkan / níní nkan

staro / mlado

arúgbó / ọ̀dọ́

uključeno / isključeno

tàn / kú

otvoreno / zatvoreno

ṣí / padé

tiho / glasno

dákẹ́ / pariwo

bogato / siromašno

lọ́rọ̀ / tòsì

točno / pogrešno

tọ̀nà / àìtọ̀nà

hrapavo / glatko

àìdán / dán

tužno / sretno

banújẹ́ / dunú

kratko / dugo

kúrú / gùn

polako / brzo

lọ́ra / yára

mokro / suho

tutù / gbẹ

toplo / hladno

lọ́wọ́rọ́ / otútù

rat / mir

ogun / àlàfíà

suprotnosti - òdì

brojevi
nọ́mbà

0 nula
òdo

1 jedan
méní

2 dva
méjì

3 tri
mẹ́ta

4 četiri
mẹ́rin

5 pet
márùún

6 šest
mẹ́fà

7 sedam
méje

8 osam
mẹjọ

9 devet
mẹ́sàán

10 deset
mẹ́wàá

11 jedanaest
mọ́kànlá

12 dvanaest — méjìlá

13 trinaest — mẹ́tàlá

14 četrnaest — mẹ́rìnlà

15 petnaest — mẹdogun

16 šestnaest — marundinlógún

17 sedamnaest — mẹ́tàdínlógún

18 osamnaest — méjidínlógún

19 devetnaest — mọ́kàndínlógún

20 dvadeset — ogún

100 stotinu — ọgọ́rùún

1.000 tisuću — ẹgbẹ̀rún

1.000.000 milijun — miliọnu

jezici
àwọn èdè

engleski
Gẹ̀ẹ́sì

američko engleski
Gẹ̀ẹ́sì Ilẹ̀ Amẹ́ríkà

kinesko mandarinski
Mandarini Ṣaina

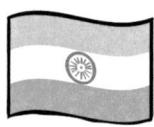
hindi
Hindi

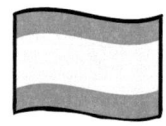
španjolski
Sipaniṣi

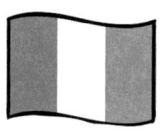
francuski
Faransé

arapski
Lárúbáwá

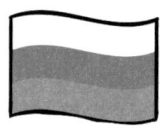
ruski
Rọṣia

portugalski
Pọtugi

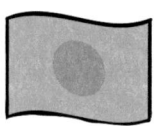
bengalski
Bẹngali

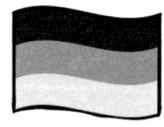
njemački
Jamani

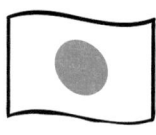
japanski
Japanisi

tko / što / kako
tani / kínní / báwo

ja
Èmi

ti
ìwọ

on / ona / ono
ọkùnrin / obìnrin / nkan

mi
àwa

vi
ìwọ

oni
àwọn

tko?
tani?

što?
kínní?

kako?
báwo?

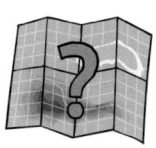
gdje?
níbo?

kada?
nígbà wo?

ime
orúkọ

gdje
níbo

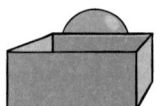

iza

lẹ́yin

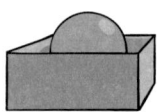

u

inú

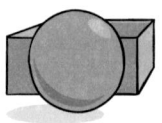

ispred

níwájú

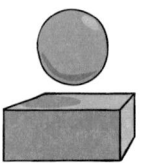

preko

lókè

na

lórí

ispod

lábẹ́

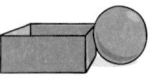

pored

lẹ́gbẹ́ẹ́

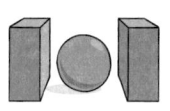

između

láàrín

mjesto

ibi